Bảo Vệ

Đó là một ngày khó khăn tại phòng thí nghiệm, một trong những ngày mà dường như không có gì có thể diễn ra đúng như vậy. Và, tất nhiên, đó chính xác là ngày hammond, hiệu quả

Thanh tra, sẽ chọn chúi mũi vào. Một dấu khác trong cuốn sổ nhỏ của mình — và đủ dấu như thế có nghĩa là một kẻ thất bại, và người kiểm soát có thói quen gửi những người thí nghiệm kém cỏi đến venus. Đó không phải là một hình phạt hình sự, nhưng nó cũng tương tự như vậy. Allen lancaster không hề sợ hãi về điều đó đối với bản thân; trưởng ngành của một dự án thuộc quyền kiểm soát trực tiếp hơn là hiệu quả, và việc kiểm soát là thân thiện với anh ta. Nhưng anh ta ghét phải nhìn thấy những người thợ săn trẻ tuổi làm được điều đó - chàng trai mới kết hôn một tuần nay.

Đầu ngày hôm nay, một báo cáo đã đến bàn của lancaster từ khu vực thứ bảy của dự án. Cuối cùng an ninh đã xóa nó để truyền tải chung cho các trưởng ngành — và đó là thiết kế hoàn chỉnh của một van điện tử mà một số người giỏi nhất trong bộ phận riêng của Lancaster, khu vực 13, đã đổ mồ hôi trong sáu tháng. Đã có nửa năm làm việc xuống cống, tất cả không có gì, và lancaster sẽ có ít hơn nhiều để hiển thị ở lần tính toán dự án tiếp theo.

Anh ta đã chửi rủa trong vài phút liên tục, thu hút ánh nhìn ngưỡng mộ của các trợ lý. Nó đủ an toàn để một nhân viên phòng thí nghiệm cấp cao hiểu rõ về bảo mật — trên thực tế, nó ít nhiều được mong đợi. Các nhà khoa học đã có đặc quyền của họ.

Một trong số này là một căn hộ riêng ba phòng. Khác là một khẩu phần rượu bổ sung. Tối nay, khi anh ấy trở về nhà, lancaster quyết định làm một vết lõm sau. Anh ta đã ăn ở ủy ban, như thường lệ, nhưng không ở lại để nói chuyện. Suốt quãng đường về nhà trong ống, anh ấy đã nghĩ đến rượu whisky và soda đó.

Bây giờ nó lấp lánh nhẹ nhàng trong ly của anh và anh thở dài, nở một nụ cười trên khuôn mặt giản dị gầy gò của mình. Anh ta là một người đàn ông cao lớn, hơi khom người, quần áo của anh ta - đồng phục và mufti giống nhau - nhàu nát vĩnh viễn. Bản chất cô độc, ông vẫn chưa lập gia đình bất chấp thuế độc thân và chỉ có một con trai. Cậu bé lúc này đã mười tuổi, phải ở trong đội bảo vệ thiếu niên; lancaster không chắc, chưa bao giờ nhìn thấy anh ta.

Trời tối bên ngoài cửa sổ của anh ấy, nhưng ánh sáng rực rỡ phía trên những bức tường trên lối đi trên bầu trời cho thấy thành phố đang đập và rì rầm bên kia. Ông thích sự yên tĩnh của những buổi tối một mình và đã chịu đựng rất nhiều áp lực cá nhân và chính thức để phục vụ trong các tổ chức yêu nước khác nhau. "chết tiệt", anh ấy giải thích, "tôi không phải làm công việc thường ngày. Tôi đang làm một dự án, và tôi cần thư giãn với lựa chọn của riêng mình."

Anh ấy đã chọn một đoạn băng từ thư viện của mình. Eine kleine nachtmusik vui mừng nói về anh ta khi anh ta tìm thấy một chiếc ghế và ngồi xuống. Vẫn chưa kiểm soát được việc tạo danh sách nhạc được phê duyệt, mặc dù bạn chắc chắn sẽ không bao giờ nghe thấy mozart ở nơi công cộng. Lancaster lấy một điếu xì gà từ máy làm ẩm và gục thân hình gầy guộc dài của mình xuống ghế và ôm. Khói thuốc, rượu whisky, âm nhạc hay — chúng giúp anh rửa sạch tâm trí khỏi lo lắng và thất vọng; anh ấy trôi đi trong màn sương mù của những giấc mơ không định hình. Vâng, đó không phải là một thế giới tồi tệ như vậy.

Ống thư đã phát ping! Và anh ta mở mắt, chửi thề. Trong giây lát anh ta đã muốn để cuộn khí nén nằm ở nơi nó rơi xuống, nhưng thói quen quá mạnh. Anh ta càu nhàu đi đến cái giỏ và lấy nó ra.

Con tem ngang qua nó khiến tâm trí anh bừng tỉnh. Ofisal, sekret, for adrese onle — và một con dấu bảo mật!

Sau một lúc anh nuốt vào trái tim đang đập thình thịch của mình. Nó không thể nghiêm trọng, không xa như cá nhân anh ta lo ngại. Nếu đúng như vậy, một đội giám sát sẽ có mặt ở cửa. Không phải ống tin nhắn này .... Anh ta đã phá vỡ niêm phong và mở ra cái mỏng manh với sự cẩn thận tỉ mỉ. Từ từ, anh ấy lướt qua nó. Bên dưới tiêu đề thư chính thức, lời lẽ cộc lốc. "dis iz a matr uv urjense và iz top sekret. Destry dis letr và du tub kontanin it. Tumoro, 15 jun, at 2130 ourz, u wil go tu du obzurvatore, a nit klub at 5730 viktore stret, and ask du hedwatr for a Mistr berg. U wil asum dat he iz a old frend uv yorz and dat dis iz a sosal evenin. Du uzual Penaltez ar invokt for falur tu kompli. "

Không có chữ ký. Lancaster đứng một lúc, cố gắng tưởng tượng đây có thể là gì. Có một chút mồ hôi lạnh trên da anh ta. Rồi anh kìm nén cảm xúc của mình. Anh không có gì phải sợ. Hồ sơ của anh ấy sạch sẽ và anh ấy không bị bắt.

Tâm trí anh ta quay cuồng vào một thứ gì đó đã xảy ra với anh ta trước đây. Phải thừa nhận rằng phương pháp chỉnh âm ngữ âm mới hiệu quả hơn phương pháp cũ, nếu ít thẩm mỹ hơn; nhưng vì rất ít tài liệu trước đó được phát hành lại theo cách viết hiện đại nên không có quá nhiều sách thực sự bị lên án là lật đổ — chỉ một số tác phẩm về lịch sử, chính trị, triết học, v.v., cùng với một số văn bản khoa học bị hạn chế vì lý do an ninh ; nhưng từng người một, những tác phẩm cũ tuyệt vời đã được gửi vào quên lãng.

Tốt, đây là những thời điểm quan trọng. Không có vật chất và năng lượng để dự phòng cho những chi tiết không liên quan. Chắc chắn khi đạt được hòa bình hoàn toàn thì sẽ có một thời kỳ phục hưng. Trong khi đó anh ta, lancaster, có euripides và goethe của mình và bất cứ thứ gì khác mà anh ta thích, hoặc biết nơi để mượn nó.

Đối với tin nhắn này, họ phải muốn anh ta cho một cái gì đó lớn, có thể một cái gì đó thực sự thú vị.

Tuy nhiên, buổi tối của anh ấy đã bị hủy hoại.

Đài quan sát giống như hầu hết các điểm vui chơi đã được phê duyệt - rộng lớn và ồn ào, bán đồ ăn thức uống và đồ giải trí không theo phong cách riêng với mức giá không kiểm soát được mà chính phủ đã chia sẻ thông thường của mình. Góc ở nơi này là thiên văn học. Trần nhà là một đám mây xanh lấp lánh với những chòm sao đang quay chậm, và những vũ nữ thoát y bắt đầu với những bộ đồ vũ trụ đáng tin cậy. Có một số bức tranh tường khá đẹp trên tường mô tả các giai đoạn khác nhau của cuộc chinh phục không gian. Lancaster đã rất thích thú với một trong số chúng. Khi anh ấy ở đây ba năm trước, cuộc đổ bộ đầu tiên lên ganymede đã cho thấy một nhóm đàn ông đang giương cờ Đức. Nó đã in sâu vào tâm trí anh, bởi vì anh tình cờ biết rằng chuyến thám hiểm đầu tiên thực sự là người Nga. Điều đó đã ổn sau đó, khi thấy rằng Đức là một đồng minh vào thời điểm đó. Nhưng bây giờ châu Âu đang ngày càng lạnh nhạt với ý tưởng về một thế giới do người Mỹ thống trị, những người tiên phong của người Mỹ đang nắm giữ một ngôi sao và sọc an toàn tốt.

Ồ, tốt. Bạn phải giữ cho quần chúng hạnh phúc. Họ không thể thấy rằng sự hy sinh của họ và những cuộc chiến tranh ngắn ngủi không thường xuyên là cần thiết để ngăn chặn một vụ phá hoại thực sự khác như cuộc chiến cách đây bảy mươi lăm năm. Sự khó chịu của lancaster nhắm vào các thế lực ngoại bang bỉ ổi và những kẻ phản bội trong chính mảnh đất của mình. Chính vì chúng mà khoa học phải được bảo vệ bởi các quy định an ninh.

Người đứng đầu cúi đầu trước anh ta. "Tôi đang tìm một người bạn," lancaster nói. "một ông berg."

"vâng, thưa ông. Làm ơn đi lối này."

Lancaster trượt theo anh ta. Anh ta đã mặc bộ lễ phục của một sĩ quan dự án, nhưng anh ta cảm thấy rằng mọi con mắt đang đổ dồn vào sự luộm thuộm đến đáng thương của nó. Người đứng đầu điều khiển anh ta giữa các bàn của những khách hàng nửa vời - lính canh không gian mặc đồng phục đen vạm vỡ, các sĩ quan quân đội và không quân, các nhà công nghiệp và các ông chủ công đoàn, các nhà lãnh đạo dân sự, vợ và tình nhân của họ. Những người phục vụ đều là nô lệ sao Hỏa, anh nhận thấy, đôi mắt cú lân tinh của họ âm ỉ trong ánh sáng xanh mờ.

Anh ta được dẫn vào một gian hàng có rèm che. Có một máy phân phối tự động để những người sử dụng nó không bị người hầu làm gián đoạn, và một quả cầu siêu âm trên bàn đã rung để cách âm khu vực. Lancaster nhìn sang người đàn ông đang ngồi đó. Mặc dù thấp bé, anh ta có bờ vai rộng và nhỏ gọn trong bộ đồ ngủ màu xám trơn. Khuôn mặt anh ta tròn trịa và đầy tàn nhang, gần như màu trắng đục, dưới mái tóc đầy cát, nhưng có một con quỷ nhỏ vui vẻ trong mắt anh ta.

"Chào buổi tối, bác sĩ lancaster," anh nói. "vui lòng ngồi xuống. Bạn sẽ có gì?"

"cảm ơn, tôi sẽ có scotch và soda." cũng có thể làm cho điều này trở nên đắt đỏ, nếu chính phủ ủng hộ dự luật. Và nếu điều này - berg - nghĩ rằng anh ta không phải là người Mỹ vì uống một loại đồ uống nhập khẩu, thì sao? Nhà khoa học hạ mình xuống ghế đối diện với chủ nhà.

"Thực tế là tôi cũng đang gặp vấn đề như vậy", berg ôn tồn nói. Anh ta xoay mặt số và nhét một vài đồng xu năm đô la vào khe của máy rút. Khi khay được đẩy ra, anh ấy nhấp một ngụm đồ uống của mình một cách tán thưởng và nhìn qua vành ly với người đàn ông kia.

"Bạn là một nhà vật lý cấp cao trong dự án Arizona, phải không, bác sĩ lancaster?" anh ấy hỏi.

Nhiều như vậy là an toàn để thừa nhận. Lancaster gật đầu.

"chính xác là công việc của bạn là gì?"

"bạn biết tôi không thể nói với bạn bất cứ điều gì như vậy."

"Không sao đâu. Đây là thông tin đăng nhập của tôi." berg đã mở rộng ví. Lancaster quét thẻ và đưa lại.

"Được rồi, vậy bạn đang ở trong tình trạng an ninh," anh nói. "Tôi vẫn không thể nói với bạn bất cứ điều gì, không phải là không có giải pháp thích hợp."

Berg cười khúc khích một cách hòa nhã. "tốt. Tôi rất vui khi thấy bạn kín đáo. Quá nhiều nhân viên phòng thí nghiệm không hiểu sự cần thiết của bí mật, ngay cả giữa các chi nhánh khác nhau của cùng một tổ chức." với một sắc nhọn như roi đột ngột: "Bạn đã không nói với ai về cuộc họp này, phải không?"

"Tất nhiên là không rồi." bất chấp chính mình, lancaster đã bị xáo trộn. "đó là, một người bạn hỏi tôi có muốn đi chơi với cô ấy tối nay không, nhưng tôi nói rằng tôi đang gặp người khác."

"đúng rồi." berg thoải mái, mỉm cười. "Được rồi, chúng tôi cũng có thể bắt tay vào công việc. Bạn đang nhận được một vinh dự, tiến sĩ lancaster. Bạn đã được khai thác cho một trong những công việc quan trọng nhất trong hệ mặt trời."

"Hở?" Lancaster mở to mắt sau cặp kính áp tròng. "nhưng không ai khác đã thông báo cho tôi ..."

"không ai trong số người quen của bạn biết về điều này. Họ cũng không. Nhưng hãy nói cho tôi biết, bạn đã làm việc về điện môi, phải không?"

"vâng. Thực tế đó là một loại đặc sản của tôi. Tôi đã viết luận án của mình về lý thuyết phân cực điện môi và kể từ đó - không, đó là điều đã được phân loại."

"m-hm." berg nhấp thêm một ngụm đồ uống của mình. "và ngay bây giờ bạn chỉ là một chiếc răng cưa trong một dự án phát triển máy tính. Bạn thấy đấy, tôi biết một vài điều về bạn. Tuy nhiên, chúng tôi đã quyết định — bạn biết đấy, thực tế là ở cấp cao nhất— tạm thời đưa bạn ra khỏi công việc này và đưa bạn vào công việc khác này, một công việc liên quan đến chuyên môn của bạn. Hơn nữa, bạn sẽ không phải là một phần của một bộ máy tổ chức tuyệt vời mà chỉ là của riêng bạn. Càng ít người biết về điều này, tốt hơn."

Lancaster không chắc anh ấy thích điều đó. Một khi công việc được hoàn thành - nếu anh ta có tất cả thông tin về nó - anh ta có thể bị giam giữ hoặc thậm chí bị bắn vì một rủi ro an ninh. Những điều như vậy đã xảy ra. Nhưng anh ấy không thể làm gì nhiều về nó.

"không có sợ hãi." berg dường như đọc được suy nghĩ của mình. "phần thưởng của bạn có thể bị trì hoãn một chút vì lý do bảo mật, nhưng nó sẽ đến đúng hạn." anh rướn người, sốt sắng. "Tôi xin nhắc lại, dự án này là tối mật. Đó là một liên kết quan trọng trong một thứ lớn hơn nhiều so với những gì bạn có thể tưởng tượng, và rất ít người đàn ông dưới quyền tổng thống thậm chí biết về nó. Do đó, thực tế là bạn đã làm việc với nó - rằng bạn" đã hoàn thành bất kỳ công việc bên ngoài nào — vẫn phải là ẩn số, ngay cả với các trưởng dự án của bạn. "

"đóng thế tốt nếu bạn có thể làm được," lancaster nhún vai. "nhưng tôi thấy nóng. Bảo mật theo dõi mọi thứ tôi làm."

"đây là cách chúng ta sẽ giải quyết. Hai tuần nữa bạn sẽ gặp khó khăn, phải không - bạn sẽ gặp khó khăn trong 3 tháng nữa? Bạn sẽ đi đâu?"

"Tôi nghĩ tôi sẽ đến thăm phía tây nam. Leo núi, xem các hẻm núi và tàn tích Ấn Độ và—"

"vâng, vâng. Rất tốt. Bạn sẽ nhận được vé của mình như bình thường và đặt phòng tại khách sạn tycho ở Phoenix. Bạn sẽ đến đó và vào buổi tối đầu tiên của bạn, nghỉ hưu sớm. Một mình, tôi hầu như không cần thêm. Chúng tôi" Tôi sẽ đợi bạn trong phòng của bạn. Sẽ có một bản sao được chuẩn bị rất kỹ lưỡng — hóa trang phẫu thuật, thủ thuật lấy dấu vân tay bằng nhựa, được giáo dục đầy đủ về thói quen, thị hiếu và cách cư xử của bạn. Anh ấy sẽ ở lại và thực hiện kỳ nghỉ của bạn trong khi chúng tôi buôn lậu bạn đi. Một cuộc trao đổi tương tự sẽ bị ảnh hưởng khi bạn trở lại, bạn sẽ được cho biết chính xác đôi bạn đã trải qua mùa hè như thế nào và bạn sẽ tiếp tục cuộc sống bình thường của mình. "

"ummm — à—" nó quá đột ngột. Lancaster đã phải rào lại. "nhưng hãy nhìn xem — tôi được cho là sẽ trở về sau một kỳ nghỉ ngoài trời, với một buổi nắng ấm và nghỉ ngơi đầy đủ. Ai đó sẽ nghi ngờ."

"Sẽ có đèn mặt trời ở nơi bạn đi, bạn của tôi. Và tôi nghĩ cơ hội làm việc độc lập về một thứ mà bạn thực sự quan tâm sẽ chứng minh cho thần kinh của bạn thoải mái như một chuyến du lịch vào mùa hè. Tôi biết tâm lý khoa học. " berg cười khúc khích. "đúng vậy."

Cuộc trao đổi diễn ra suôn sẻ đến nỗi nó đã bị cướp đi tất cả các melodrama, mặc dù lancaster đã có một khoảnh khắc kỳ lạ bất ngờ khi anh ta đối đầu với tay đôi của mình. Đó là khuôn mặt của chính anh ta đang nhìn anh ta, ở đó trong căn phòng khách sạn vô vị, bản thân anh ta bị đóng khung chống lại những bức màn thổi và bóng tối của màn đêm. Sau đó berg ra hiệu cho anh ta đi theo và họ đi xuống một chiếc thang dây treo trên bệ cửa sổ. Một chiếc ô tô đã đợi sẵn trong con hẻm bên dưới và chuyển động dễ dàng ngay khi họ vào bên trong.

Có một người lái xe và một người đàn ông khác ở ghế trước, cả hai đều bóng tối trước sự mờ ảo của đèn đường và màn đêm. Berg và lancaster ngồi ở phía sau, và mật vụ nói chuyện suốt quãng đường. Nhưng anh ta không nói gì về nội dung thông tin.

Khi đường cao tốc đã đưa họ vào sự cô đơn của sa mạc, chiếc xe đã tắt máy, lao dọc theo một vệt đất khốn khổ cho đến khi băng qua một sườn núi, và giảm tốc độ trước một chiếc xe tải chạy bằng động cơ diesel xuyên lục địa khổng lồ. Một người đàn ông bước ra từ chiếc taxi của nó, vẫy một cánh tay không vội vàng, và chiếc xe lao tới phía sau chiếc xe van. Có một cổng sau được hạ xuống, tạo thành một đoạn đường nối; phía trên nó, những cánh cửa đôi khổng lồ mở ra trên một hang động đen kịt. Chiếc xe trượt lên dốc, và người đàn ông bên ngoài đẩy nó vào sau họ và đóng cửa lại. Hiện tại chiếc xe tải đã chuyển động.

"cái này thật là bí mật!" lancaster huýt sáo. Anh cảm thấy sợ hãi và bất lực.

"khá như vậy. An ninh không thích cánh tay phải của chính phủ biết những gì bên trái của họ đang làm." berg mỉm cười, một vết răng lờ mờ trên khuôn mặt mờ mịt của anh. Khi đó anh ấy rất nghiêm túc. "Nó cần thiết, Lancaster. Bạn không biết những kẻ lật đổ mạnh mẽ và được tổ chức tốt như thế nào."

"họ—" nhà vật lý ngậm miệng. Đó là sự thật - anh thực sự không có khái niệm mờ nhạt nhất. Anh ta theo dõi tin tức, nhưng theo kiểu lướt qua, mà không cần phân tích ý nghĩa của nó. Chết tiệt, anh ấy đã có đủ điều khác để nghĩ về. Cũng như các cuộc bầu cử đã bị đình chỉ và công bằng để tiếp tục diễn ra vô thời hạn. Nếu anh ta, một thành viên của giới trí thức, không đủ hiểu biết về các sự kiện chính trị và quân sự của cuộc sống để đưa ra các quyết định hợp lý, thì chắc chắn nó đã yêu cầu quần chúng kém học tuân theo.

"Chúng tôi cũng có thể căng mình," người lái xe nói. "chặng đường dài để đi chưa." anh trèo ra ngoài và bật đèn trên cao.

Nội thất của chiếc xe van rộng rãi, thậm chí cho phép cả ô tô. Có giường tầng, bàn ghế, tủ lạnh nhỏ và bếp nấu ăn. Người lái xe, một người đàn ông gầy gò giống saturnine dường như mãi mãi không nhai kẹo cao su, bắt đầu pha cà phê. Người kia ngồi xuống, huýt sáo không theo điệu. Anh ta còn trẻ và có sức mạnh cường tráng, nhưng cánh tay phải của anh ta kết thúc bằng một móng vuốt giả. Tất cả họ đều mặc trang phục dân sự kín đáo.

"Có thể mất khoảng mười giờ cho chúng tôi," berg nói. "con tàu vũ trụ" đang đi qua ở colorado. "

Anh bắt gặp cái nhìn trống rỗng của lancaster và cười toe toét. "vâng, bạn của tôi, phòng thí nghiệm của bạn ở ngoài không gian. Bạn có ngạc nhiên không?"

"mmm — vâng. Tôi chưa bao giờ rời khỏi trái đất."

"sokay. Chúng ta chạy tăng tốc, bạn sẽ không bị say." berg kéo một chiếc ghế lên, ngồi xuống và dựa lưng vào tường. Tiếng động cơ nổ ầm ầm đều đặn dưới lời nói của anh ta:

"Thật sự thú vị khi xem xét mối quan hệ giữa chính phủ và công nghệ quân sự. Các chính phủ mạnh mẽ, độc tài luôn xuất hiện trong những thời điểm như sự phát triển của chiến tranh đã tạo ra một cỗ máy chiến đấu thành công một thứ gì đó phức tạp, đắt tiền và chỉ có thể bảo trì bởi các chuyên gia. Đế chế La Mã. Phải mất nhiều năm để đào tạo một lính lê dương và rất nhiều tiền để trang bị cho một đội quân và giữ nó trên chiến trường. Vì vậy rome đã trở thành một cơ quan chuyên quyền. Tuy nhiên, đó không phải là một mệnh đề đắt đỏ đến mức một vị tướng nổi loạn không thể đặt một số quân đội trong một thời gian — hoặc anh ta có thể thanh toán họ bằng cách cướp bóc. Vì vậy bạn đã có các cuộc nội chiến. Sau này, khi đế chế đã tan rã và chiến tranh chủ yếu dựa vào những kẻ man rợ mang theo vũ khí của mình, chính phủ đã nới lỏng. Đối với — bất kỳ người cai trị nào ném sức nặng của mình quá nhiều sẽ có sự nổi dậy trong tay. Sau đó, khi chiến tranh lại trở thành nghệ thuật — à, bạn thấy nó diễn ra như thế nào. Tất nhiên còn có những yếu tố khác, chẳng hạn như tôn giáo — i thần học nói chung. Nhưng nhìn chung, nó hoạt động theo cách tôi đã giải thích. Bởi vì luôn có những người sẵn sàng chiến đấu khi chính phủ xâm phạm những gì họ cho là quyền tự do của họ, và các chính phủ luôn cố gắng xâm phạm. Vì vậy sự cân bằng xảy ra phụ thuộc vào sức mạnh so sánh. Những người thực dân Mỹ trở lại năm 1776 dựa vào thuế công dân và vũ khí rẻ và đơn giản đến mức hầu như ai cũng có thể có được. Do đó chính phủ đã buông lỏng trong một thời gian dài. Nhưng ngày nay, ai ngoại trừ chính phủ có thể chế tạo bom nguyên tử và tên lửa vũ trụ? Vì vậy chúng tôi có được trạng thái tuyệt đối. "

Lancaster nhìn xung quanh, cảm thấy sự cô đơn đang cận kề trong anh. Người tài xế vẫn đang khua bình cà phê. Người đàn ông một tay hoàn toàn trống rỗng và vô cảm. Và berg ngồi đó, mỉm cười, trút bỏ những lời giễu cợt chết tiệt đó. Nó có phải là một loại thử nghiệm? Họ đang thăm dò lòng trung thành của anh ta? Loại trả lời được mong đợi?

"Chúng tôi là một quốc gia dân chủ và bạn biết điều đó," ông nói. Nó xuất hiện yếu ớt hơn anh tưởng.

"ồ, chắc chắn rồi. Đây chỉ là tình trạng khẩn cấp kéo dài bất thường, chính xác là bảy mươi hai năm. Nếu chúng ta không thua trong thế chiến thứ III và cần một cuộc tái thiết mạnh mẽ để lật đổ thế giới Liên Xô — nhưng chúng tôi đã làm." berg lấy ra một gói thuốc lá. "khói à? Tôi chỉ cố gắng giải thích cho bạn tại sao những kẻ lật đổ lại nguy hiểm đến vậy. Họ phải như vậy, nếu không họ sẽ không chịu bất kỳ cơ hội nào. Khi bạn định làm phiền một thứ gì đó lớn như chính phủ của các bang thống nhất, đó là một đề xuất tất cả hoặc không có gì cả. Họ đã có một thời gian dài để sắp xếp và có một tỷ lệ phần trăm lớn những người không thích hợp để giúp họ. "

"ác ý? À, nghe này, berg — ý tôi là, bạn là chuyên gia và tất nhiên bạn biết công việc của mình, nhưng một con người tự nhiên càu nhàu với các điều kiện không có nghĩa là tình cảm cách mạng. Đây không phải là những thời điểm tồi tệ như vậy. Mọi người có công việc , và nhu cầu của họ được đáp ứng. Họ không mong muốn các cuộc chiến tranh bán cầu quay trở lại. "

"lập luận cách mạng tiêu chuẩn," berg kiên nhẫn nói, "là những người nổi dậy không cố gắng lật đổ quốc gia nào cả, mà chỉ đơn giản là để khôi phục chính phủ hợp hiến và tự do. Người ta thường biết rằng họ có sự giúp đỡ và một số trợ cấp từ bên ngoài, nhưng người ta cho rằng đây chỉ là những quốc gia mệt mỏi với một thế giới bị thống trị bởi chế độ độc tài người Mỹ và, là các quốc gia nhỏ người Mỹ gốc Latin và châu Âu, không thể nghĩ đến việc chinh phục chúng tôi. Chắc chắn bạn đã xem văn học lật đổ. "

"à, vâng. Không thể không tìm thấy những cuốn sách nhỏ của họ. Ở khắp nơi. Và -" lancaster ngậm miệng lại. Không, chết tiệt nếu anh ta thừa nhận rằng anh ta biết ba đồng nghiệp đã nghe các chương trình phát thanh tuyên truyền của phiến quân. Đó là những đứa trẻ ngớ ngẩn, vô hại - tại sao lại khiến chúng gặp rắc rối, có thể khiến chúng bị tống vào trại?

"Bạn có thể không đánh giá cao cách lập luận kiểu đó đối với tất cả quá nhiều trí thức - và rất nhiều người bình thường," berg nói. "tự nhiên bạn sẽ không - nếu thái độ của bạn luôn thiếu thiện cảm, những người này sẽ không thổ lộ suy nghĩ của họ với bạn. Và rồi có những người đàn ông bị mua chuộc, và gián điệp nhập lậu vào, và - ồ, tôi không cần phải nói rõ. Đủ để nói rằng chúng tôi đã bị xâm nhập kỹ lưỡng và hầu hết các đặc vụ của họ đều có hồ sơ hoàn hảo. Chúng tôi không thể đưa neoscop cho tất cả mọi người, bạn biết đấy — an ninh phải dựa vào kiểm tra tại chỗ và kiểm tra các nhân viên chủ chốt. Khi các tổ chức trở nên lớn mạnh như ngày nay, sẽ không có người chủ chốt thực sự, và một vài gián điệp được bố trí chiến lược ở các cấp thấp hơn có thể thu thập được rất nhiều thông tin. Vậy thì có những kẻ thực dân ở ngoài hành tinh —Cách nắm giữ của bạn luôn luôn bị lỏng lẻo, bởi vì giao thông và liên lạc khó khăn nếu không có gì khác. Và, như tôi đã nói, các thế lực ngoại bang. Một quốc gia nhỏ bé như Thụy Sĩ, Đan Mạch hoặc Venezuela không thể tự mình làm được gì nhiều mà chỉ là một thế lực ngầm tổng hợp quốc tế các nguồn lực .... Dù sao, chúng ta có lý do để tin vào sự tồn tại của một dân số lớn, được tài trợ tốt, được tổ chức tốt dưới lòng đất, với những người chiến đấu được đào tạo, những bãi chứa vũ khí bí mật lớn và những kẻ phá hoại sẵn sàng cho từ 'đi' - không nói gì đến một dân số không yên và bất kỳ số những người đồng tình bí mật sẽ đi theo nếu cuộc nổi dậy ban đầu có kết quả tốt. "

"hay xấu, tùy thuộc vào quan điểm của bạn," người đàn ông một tay cười toe toét.

Lancaster đặt khuỷu tay lên đầu gối và tựa trán lên bắt tay. "tất cả những điều này có liên quan gì đến tôi?" anh phản đối. "Tôi không phải là anh hùng của câu chuyện điệp viên áo choàng và dao găm nào đó. Tôi không giỏi về những thứ bí mật - bạn muốn gì ở tôi?"

"Nó rất đơn giản," berg trả lời nhẹ nhàng. "cán cân quyền lực vẫn thuộc về chính phủ, bởi vì chính phủ có nhiều vũ khí hạng nặng hơn bất kỳ nhóm nào khác có thể tập hợp. Bom bảng chữ cái, pháo, rocket, áo giáp, tàu vũ trụ và tên lửa vũ trụ. Bạn thấy đấy? Chỉ có nghiên cứu gần đây gợi ý rằng một kỷ nguyên mới trong chiến tranh đang phát triển — một vũ khí mới mang tính quyết định như macedonian phalanx, thuốc súng và máy bay vào thời của chúng. " khi lancaster ngước mắt lên, anh ta bắt gặp ánh nhìn lấp lánh gần như phát sốt trong ánh nhìn của berg. "và vũ khí này có thể đảo ngược xu hướng. Nó có thể là cánh tay đơn giản và rẻ tiền mà bất cứ ai cũng có thể chế tạo và sử dụng — bộ cân bằng! Vì vậy chúng tôi phải phát triển nó trước khi phiến quân làm. Họ có phòng thí nghiệm của riêng mình và kỹ năng của họ việc đánh cắp bí mật của chúng tôi khiến chúng tôi không thể tin tưởng nghiên cứu cho một dự án theo cách thông thường. Càng ít người biết về vũ khí này càng tốt - bởi vì nó có nghĩa là vào tay kẻ xấu - armageddon! "

Thời gian chạy khỏi trái đất là ngắn, đối với phòng thí nghiệm vũ trụ lúc này không còn xa khi các khoảng cách giữa các hành tinh đang tăng lên. Lancaster đã không nói bất cứ điều gì về quỹ đạo của nó, nhưng đoán rằng nó có một con đường một triệu dặm hoặc lâu hơn Sunward từ trái đất và rất nghiêng so với mặt phẳng hoàng đạo với. Được tạo ra để che giấu gần như hoàn hảo, vì những gì tàu vũ trụ thường sẽ đi nhiều về phía bắc hoặc phía nam của khu vực chứa các hành tinh?

Dù sao thì anh ta cũng quá bận tâm trong cuộc hành trình để ước tính số liệu quỹ đạo. Anh ấy đã xem đủ các bức tranh về không gian mở, và một số bức trong số đó rất xuất sắc. Nhưng thực tế cao ngất ngưởng so với tất cả các đại diện. Đơn giản là không có cách nào để mô tả sự hùng vĩ trần trụi đó, và khi bạn đã một lần trải nghiệm nó, bạn sẽ không muốn thử. Những người bạn đồng hành của anh ấy — berg và jessup một tay, người đã lái tàu vũ trụ — tôn trọng nhu cầu im lặng của anh ấy.

Nhà ga đã được sơn màu đen không phản xạ, điều khiển nhiệt độ phức tạp nhưng việc quan sát tình cờ về sự tồn tại của nó gần như không thể. Nó sừng sững trước ánh hào quang lạnh lẽo của các vì sao như một hố sâu của bóng tối cuối cùng, và jessup phải dẫn đường cho con thuyền đi vào bằng radar. Khi chiếc khóa cuối cùng đóng lại sau lưng anh và anh đứng trong một hành lang hẹp bằng kim loại, cách xa bầu trời, lancaster cảm thấy một cảm giác mất mát không gì có thể giải thích được.

Nó mờ dần, và anh ta dần nhận ra những người khác đang theo dõi mình. Có nửa tá người, một nhóm ăn mặc tồi tàn trong bất kỳ bộ quần áo tồi tàn nào mà họ tình cờ ưa thích, không có dấu hiệu của kỷ luật bán quân sự của một đội dự án. Một người sao Hỏa lơ lửng trong nền, và lancaster lúc đầu không nhận ra anh ta. Berg giới thiệu con người một cách tình cờ. Có một người đàn ông chắc nịch với mái tóc hoa râm tên là Friedrichs, một người đàn ông trẻ trung cao lêu nghêu gọi là isaacson, một người phụ nữ trung niên và chồng cô ta tên là dufrere, một người phương Đông trầm lặng trả lời hwang, và một người phụ nữ tóc đỏ được giới thiệu như karen marek. Berg giải thích đây là những kỹ thuật viên sẽ giúp lancaster. Phần cuối này của trạm vũ trụ được dành cho các phòng thí nghiệm và nhà máy; vì lý do an ninh, lancaster không thể được phép đi nơi khác, nhưng hy vọng anh ấy sẽ cảm thấy thoải mái khi ở đây.

"ummm — thứ lỗi cho tôi, bạn không phải là một nhóm khá hỗn hợp sao?" nhà vật lý hỏi.

"vâng, rất," berg vui vẻ nói. "các dufreres là tiếng Pháp, hwang là tiếng Trung, và karen ở đây là người Na Uy mặc dù chồng cô ấy là người Séc. Chưa kể .... Bạn đây, tôi đã không gặp bạn trước đây! Bác sĩ lancaster, tôi muốn bạn gặp rakkan của thyle, mars, một người làm thí nghiệm rất thành công. "

Lancaster nuốt nước bọt, chuyển chân và lúng túng nhìn vào cơ thể nhỏ bé có bộ lông màu xám và khuôn mặt cú có mỏ. Rakkan cúi đầu một cách lịch sự, không để ý đến việc đưa ra quyết định có nên bắt bàn tay giống như móng vuốt hay không. Anh ta cho rằng rakkan là nô lệ của ai đó - nhưng từ khi nào nô lệ lại hành động như một xã hội bình đẳng?

"nhưng bạn đã nói dự án này là tuyệt mật!" anh buột miệng.

"Ồ, đúng vậy," karen marek cười. Cô ấy có một giọng nói khàn khàn dễ chịu, và trong khi cô ấy hơi gầy để thực sự ưa nhìn, cô ấy được đúc trong một khuôn đẹp và đôi mắt to và xám rất đáng yêu. "Tôi đảm bảo với bạn, những người không phải là người Mỹ hoàn toàn có khả năng giữ bí mật. Hơn hầu hết những người Mỹ, thực sự — chúng ta không có quan hệ ràng buộc trên trái đất. Không ai có thể nói xấu."

"Ngày nay nó không được biết đến nhiều, nhưng dự án manhattan ban đầu chế tạo những quả bom nguyên tử đầu tiên có một tính chất quốc tế," berg nói. "nó thậm chí còn bao gồm các yếu tố Đức, Ý và Hungary mặc dù các quốc gia thống nhất đang có chiến tranh với các quốc gia đó."

"đi cùng và chúng tôi sẽ giúp bạn ổn định trong khu của bạn," isaacson mời.

Lancaster đi theo anh ta trên hành lang dài, khá choáng váng với toàn bộ công việc. Ông nhận thấy rằng trạm vũ trụ có vẻ ngoài thô sơ, chưa hoàn thiện, như thể nó đã được vội vàng ném lại với nhau từ bất cứ vật liệu nào có sẵn. Điều đó không đúng với một doanh nghiệp chính phủ, cho dù bí mật đến đâu.

Berg dường như đọc lại suy nghĩ của mình. "Chúng tôi đã làm việc với những khuyết tật nghiêm trọng," anh nói. "hãy nhìn xem, chỉ cần giả sử rất nhiều vật liệu và thiết bị có giá trị đã được đưa vào không gian. Nếu đó là một thỏa thuận thông thường của chính phủ, bạn biết rằng băng đỏ có liên quan đến bao nhiêu năm ánh sáng. Yêu cầu phải được điền thành ba lần, mỗi đinh tán cuối cùng có được tính đến — đơn giản là đã có quá nhiều cơ hội để một điệp viên phiến quân dẫn đầu chúng ta. Sẽ an toàn hơn khi sử dụng bất kỳ vật liệu may rủi nào có thể thu được từ việc trục vớt hoặc thông qua việc mua cá nhân trên các hành tinh khác. Bạn đã từng nghe nói về Waikiki? "

"ummm - có vẻ như vậy - không phải cô ấy là người vận chuyển hàng hóa lớn đã biến mất nhiều năm trước sao?"

"đó là một. Một đám sao băng đã đánh cô ấy trên đường đến sao Kim. Hơn nữa, một trong số chúng đã làm thiếu bộ điều khiển động cơ của cô ấy, để cô ấy lao ra khỏi mặt phẳng hoàng đạo và rơi vào một quỹ đạo lệch tâm khi dự án này mới bắt đầu. , một trong những nhà thiên văn học của chúng tôi nghĩ rằng anh ấy đã xác định được bầy đàn — nó có một đường đi đều đặn của riêng mình về mặt trời, mặc dù quỹ đạo bị khóa chặt đến mức các phi thuyền thậm chí không bao giờ nhìn thấy mọi thứ. Dù sao, biết quỹ đạo của các thiên thạch và điều đó của Waikiki vào thời điểm đó, anh ta có thể tính toán nơi mà thảm họa phải xảy ra — điều này đã giúp chúng tôi đi đầu trong việc tìm kiếm con hulk. Chúng tôi đã tìm thấy nó sau rất nhiều cuộc điều tra, chuyển nó đến đây và xây dựng nhà ga xung quanh nó. Rất tiện dụng và hoàn toàn bí mật. "

Lancaster đã luôn nghi ngờ rằng an ninh là một chút điên rồ. Bây giờ anh đã biết điều đó. Ồ ...

Phòng của anh ấy nhỏ và khắc khổ, nhưng sự riêng tư rất tốt. Phi hành đoàn phòng thí nghiệm đã ăn ở một khu chung cư. Ngoài rìa lãnh thổ của họ, các vách ngăn lớn đã chặn 3/4 trạm vũ trụ. Lancaster chắc chắn rằng có nhiều người và một số người martians sống ở đó, vì những ngày sau đó anh ta thấy bất kỳ số lượng người lạ xuất hiện và biến mất trong khu vực cho phép anh ta. Hầu hết trong số này là công nhân thuộc loại nào đó hay cách khác, được gọi đến để giúp đỡ nhóm thí nghiệm khi cần, nhưng tất cả họ đều kín tiếng. Họ phải được cảnh báo không nói chuyện với khách quá mức cần thiết.

Sống là spartan trong nhà ga. Nó quay đủ nhanh để tạo trọng lượng, nhưng ngay cả ở lớp vỏ bên ngoài chỉ bằng một nửa trọng lực trái đất. Một vài người hôn nhân im lặng chuẩn bị bữa ăn không có sự phân biệt và làm việc nhà trong khu. Không có phim hay trò giải trí có tổ chức nào khác, mặc dù lancaster được thông báo rằng khu vực cấm bao gồm một căn phòng cỡ tốt cho điền kinh.

Nhưng phi hành đoàn mà anh ta làm việc có vẻ không bận tâm. Họ đã có bộ sưu tập sách và dây nhạc lớn của riêng mình, họ mượn của nhau. Họ chơi cờ và poker với kỹ năng man rợ. Cuộc trò chuyện ban đầu hơi bị hạn chế khi có sự hiện diện của lancaster và hầu hết sự hài hước có rất ít liên quan đến những thứ mà anh ấy biết rằng anh ấy không thể theo dõi nó, nhưng anh ấy nhận ra rằng họ nói chuyện với nhiều hoạt hình và trí thông minh hơn bạn bè của anh ấy trên trái đất . Cách cư xử hoàn toàn thân mật, và không lâu trước khi lancaster được gọi bằng tên của anh ta; nhưng sự hợp tác diễn ra suôn sẻ và dường như không có âm mưu và hậu thuẫn của một nhóm dự án điển hình.

Và công việc đã lấp đầy cuộc sống của họ. Lancaster đã bị cuốn vào "ngày" sau khi anh đến, ngay lập tức nhận ra nó có nghĩa là gì, và chìm đắm trong sự mê hoặc của nó. Berg đã không nói dối; điều này thật lớn!

Chất điện môi hoàn hảo.

Đó, ít nhất, là mục tiêu của dự án. Nó đã được giải thích với lancaster rằng một dr. Sophoulis lần đầu tiên nhìn thấy khả năng và tổ chức nghiên cứu. Nó đã đi trước một cách chậm chạp, bị cản trở bởi thiếu nguyên liệu cần thiết và nhân viên chuyên môn. Khi sophoulis chết, không ai trong số các trợ lý của ông cảm thấy có thể tiếp tục công việc với bất kỳ tốc độ nhanh nào. Tất cả họ đều có năng lực trong các chuyên ngành khác nhau của họ, nhưng cần nhiều hơn việc đào tạo để thực hiện nghiên cứu cơ bản — cần phải có một sự tinh thông trực giác bẩm sinh nhất định. Vì vậy họ đã gửi đến trái đất cho một ông chủ mới — lancaster.

Nhà vật lý học gãi đầu bối rối. Có vẻ như không ổn khi một thứ gì đó rất quan trọng lại phải để nhân viên kỹ thuật ra đi. Bí mật hay không, những người đàn ông có năng lực nhất trên trái đất nên được khai thác cho công việc này, và họ lẽ ra phải được cung cấp mọi thứ họ cần để thực hiện nó. Rồi anh quên đi sự hoang mang của mình trong sự ngây ngất trong lành lạnh lẽo của tác phẩm.

Con người đã tìm kiếm chất điện môi cao cấp trong một thời gian dài. Nó không chỉ là một câu hỏi tìm kiếm chất cách điện hoàn hảo, mặc dù điều đó cũng sẽ hữu ích. Điều thực sự quan trọng là loại bình ngưng được tạo ra bằng vật liệu điện môi thực sự tốt. Cho rằng, bạn có thể làm những điều tuyệt vời trong lĩnh vực điện tử. Quan trọng nhất là vấn đề tích trữ năng lượng. Nếu bạn có thể lưu trữ một lượng lớn điện năng trong một bộ tích lũy có khối lượng nhỏ, mà không bị thất thoát rò rỉ đáng kể, bạn có thể chế tạo các máy phát điện được thiết kế để xử lý mức tải trung bình thay vì mức cao nhất - với kết quả là tiết kiệm chi phí; bạn có thể chế tạo động cơ điện, chứa nguồn cung cấp năng lượng của riêng chúng và do đó có thể di động - nghĩa là ô tô điện và có thể cả máy bay; bạn có thể sử dụng các nguồn điện có vị trí không thuận tiện, chẳng hạn như thác nước ở xa, hoặc các nguồn pha loãng như ánh sáng mặt trời, để tăng cường - cuối cùng có thể thay thế - trữ lượng nhiên liệu và khoáng chất dễ phân hủy đang suy yếu; bạn có thể .... Tâm trí của lancaster từ bỏ tất cả những khả năng đang mở ra trước mắt anh ta và ổn định với nhiệm vụ trước mắt.

"Khoáng chất ban đầu được tìm thấy trên venus, ở đất nước gorbu-vashtar," karen marek giải thích. "đây là một mẫu." cô đưa cho anh ta một cục vật liệu thô ráp, dày đặc, lấp lánh trong những điểm sáng cầu vồng cứng. "ban đầu nó chỉ là một sự tò mò, cho đến khi ai đó nghĩ rằng sẽ kiểm tra các đặc tính điện của nó. Đó là điều hơi tuyệt vời. Tất nhiên chúng tôi đã có tất cả dữ liệu hóa học và vật lý về thứ này, cũng như một ý tưởng tuyệt vời về cấu trúc tinh thể của nó. Một hỗn hợp hài hước của hợp chất bari và titan với một số đất hiếm và — tốt, hãy tự đọc báo cáo. "

Đôi mắt lancaster lướt xuống xấp giấy cô đưa cho anh. "Không thể tạo ra các chất ngưng tụ rất tốt từ việc này," ông phản đối. "quá giòn - và xem các đặc tính thay đổi như thế nào theo nhiệt độ. Một chất điện môi thực tế phải ổn định theo mọi cách, ít nhất là trong phạm vi điều kiện mà bạn định sử dụng."

Cô ấy gật đầu.

"tất nhiên rồi. Dù sao, khoáng vật này rất hiếm trên venus, và bạn biết nó khó khăn như thế nào để tìm kiếm bất cứ thứ gì ở gorbu-vashtar. Điều quan trọng là nó đã tạo ra sophoulis. Bạn thấy đấy, hằng số điện môi của vật liệu này là không ' t không đổi chút nào. Nó tăng lên theo điện áp đặt vào. Hãy nhìn vào đường cong này ở đây. "

Lancaster huýt sáo. "cái quỷ gì - nhưng điều đó là không thể! Sự biến đổi nhiều như vậy có nghĩa là một cấu trúc tinh thể - uh - linh hoạt, chết tiệt! Nhưng bạn có một chất giòn ở đây—"

Theo lý thuyết điện môi được chấp nhận, điều này không thể xảy ra. Lancaster chợt nhận ra rằng lý thuyết sẽ phải được sửa đổi. Đúng hơn, đây là một hiện tượng hoàn toàn khác với cách điện bình thường.

Anh ta cho rằng một số quái vật địa chất đã hình thành khoáng chất. Venus dù sao cũng là một hành tinh lạ. Nhưng điều đó không quan trọng. Điều quan trọng bây giờ là tìm hiểu quá trình này. Ông đã đi vào một màn sương hạnh phúc của cơ học lượng tử, lý thuyết dao động và các hàm tuần hoàn của một biến số phức tạp.

Karen và isaacson chậm rãi trao nhau một nụ cười.

Sophoulis và người dân của ông đã làm việc anh hùng trong những điều kiện bất lợi. Một lý thuyết dự kiến về cơ chế liên quan đã được hình thành, và cuộc tìm kiếm đã bắt đầu để tìm ra phương tiện nhân đôi siêu điện môi trong các vật liệu khác phù hợp hơn với nhu cầu của con người. Nhưng khi đã quen với địa điểm và công việc, lancaster tự hỏi điều kiện thực sự bất lợi như thế nào.

Sự thật, thiết bị cũ kỹ và cũ kỹ, phần lớn được kết nối với nhau, phần lớn được phát minh từ đầu. Nhưng rakkan the Martian, vì tất cả những gì anh ta không được giáo dục chính thức, đã thông minh một cách khó tin trong việc chế tạo bộ máy và làm cho nó hoạt động, và Friedrichs là một nhà thiết kế hàng đầu. Phòng thí nghiệm đã có những gì nó cần - như vậy vẫn chưa đủ?

Phần còn lại của phi hành đoàn lancaster cũng tốt như nhau. Các dufreres là nhà hóa học vật lý xuất sắc, isaacson một nhà tinh thể học xuất sắc với bộ não khác thường về toán học, hwang một chuyên gia về lý thuyết lượng tử và lực liên nguyên tử, karen một nhà thí nghiệm giàu trí tưởng tượng. Không ai trong số họ hoàn toàn có tâm lý tổng hợp cần thiết cho một bức tranh tổng thể và tầm nhìn trước về hướng chung của công việc — đó là chia sẻ của sophoulis, và bây giờ là lancaster — nhưng họ đều vui vẻ và có kỹ năng khi nói đến chi tiết công việc và thường có thể đưa ra các đề xuất theo dòng lý thuyết.

Sau đó, không có an ninh rình mò, không có tranh giành nhỏ để được công nhận và thăng chức, không có băng đỏ. Lancaster bắt đầu nhận ra điều quan trọng hơn là bản chất cá nhân của toàn bộ vụ việc. Trong một dự án, người đứng đầu tổng thể thiết lập khuôn mẫu, và nó được theo sau bởi cấp dưới của anh ta với mức độ ngày càng ít hơn khi bạn làm việc ở các cấp thấp hơn. Bạn đã làm những gì bạn đã được chỉ bảo, tạo ra kết quả hoặc cách khác, và giữ kín miệng bên ngoài lĩnh vực dự án của riêng bạn. Bạn chỉ có một ý tưởng mơ hồ nhất về những gì thực sự đang được tạo ra, và tại sao, và cách nó phù hợp với kế hoạch rộng lớn của xã hội.

Hwang và rakkan đã bình luận về điều đó, vào một "buổi tối" trong bữa tối khi họ cảm thấy thoải mái hơn khi có sự hiện diện của lancaster. "Tôi cho rằng không thể tránh khỏi việc nghiên cứu khoa học phải trở thành công ty", người Trung Quốc nói. "quá nhiều thiết bị cần thiết, và rất nhiều chuyên môn phải được điều phối, đến nỗi thiên tài đơn độc chỉ có một vài trợ lý không có cơ hội. Tuy nhiên, thật đáng tiếc. Nó đã phá hủy sáng kiến của nhiều chàng trai trẻ đầy triển vọng. Người đàn ông hàng đầu là không còn là một nhà khoa học nữa — anh ấy là một quản trị viên với một số nền tảng kỹ thuật. Các cấp bậc thấp hơn phải thực hiện sự khéo léo, vâng, nhưng chỉ dọc theo đường họ được lệnh. Nếu một số thông tin bên lề thú vị xảy ra, họ không thể điều tra nó . Tất cả những gì họ có thể làm là đệ trình một bản ghi nhớ cho người đứng đầu, và rất có thể nếu bất cứ điều gì được thực hiện, nó sẽ được thực hiện bởi người khác. "

"bạn sẽ làm gì với nó?" Lancaster nhún vai. "bạn vừa thừa nhận rằng thiên tài thời xưa trong một chiếc áo choàng không thể cạnh tranh."

"không — nhưng một nhóm nhỏ gồm các chuyên gia sáng tạo, mỗi người đều có sự hiểu biết tuyệt vời về các lĩnh vực của người khác và mỗi người đều làm việc trong sự hợp tác chặt chẽ, tự do với những người còn lại, có thể thực sự, kết quả sẽ tốt hơn nhiều. Đã thử một lần, bạn có thể biết. Những người điều khiển học đầu tiên, ở thế kỷ trước, đã làm việc theo cách đó. "

"Tôi ước gì chúng ta có thể phối hợp một số nhà sinh học và nhà tâm lý học vào việc này," rakkan thì thầm. Tiếng Anh của anh ấy rất tốt, mặc dù giọng hát của anh ấy được nhấn mạnh một cách khó tả. "các tác động tế bào và thần kinh của điện môi trông - đầy hứa hẹn. Có thể muộn hơn."

"tốt," lancaster nói một cách bảo vệ, "một dự án lớn có thể được thực hiện an toàn hơn - ít khả năng rò rỉ hơn."

Hwang không nói gì, nhưng anh ấy nhướng mày ở một góc gần như hợp lý.

Khi xem xét các phương trình sophoulis, lancaster đã tìm ra thứ mà anh ấy tin là lỗ hổng đang cản trở tiến trình. Người đàn ông đã sử dụng một cơ học lượng tử đơn giản hóa mà không cần hiệu chỉnh cho các hiệu ứng tương đối tính. Điều đó làm cho toán học gọn gàng hơn nhưng đã bỏ qua một số khía cạnh không-thời gian của hàm psi. Lỗi là có thể bào chữa được, vì sophoulis không quen thuộc với ma trận belloni, một công cụ toán học đưa trật tự vào thứ hỗn loạn không thể hiểu được. Công việc của belloni vẫn là thông tin tuyệt mật, quá hữu ích, trong việc thiết kế các hợp kim mới, cho nhu cầu tiêu dùng chung. Lancaster đã vui vẻ đi sửa các phương trình. Nhưng khi hoàn thành công việc, anh ta nhận ra rằng anh ta không có công việc kinh doanh nào thể hiện thành quả của mình mà không có sự giải phóng thích hợp.

Anh lững thững đi vào phòng thí nghiệm. Karen ở đó một mình, thiết lập một thiết bị cho nỗ lực xử lý nhiệt tiếp theo. Một chiếc áo choàng bao phủ cô ấy thành không có hình dáng, và mái tóc đẹp của cô ấy được buộc trong một chiếc khăn, nhưng cô ấy trông vẫn rất đẹp. Lancaster, một người đàn ông nhút nhát, nhạy cảm với cô hơn anh ta muốn.

"berg đâu?" anh ấy hỏi.

"trở lại trái đất với jessup," cô nói với anh ta. "tại sao?"

"chết tiệt! Nó giữ nguyên công việc kinh doanh cho đến khi anh ta trở về." lancaster giải thích khó khăn của mình.

Karen cười. "Ồ, được rồi," cô nói với giọng trầm mà anh thích nghe. "tất cả chúng ta đã được xóa."

"không chính thức. Tôi phải xem giấy tờ."

Cô trừng mắt nhìn anh rồi giậm chân. "Làm thế nào mà bạn có thể ngu ngốc mà không cần phải được cho ăn?" cô bị gãy. "Bạn đã thấy chúng tôi nghĩ về các quy định ở đây nhiều như thế nào. Hãy tính những phương trình đó, mac."

"nhưng — nổ tung đi, karen, cô không đánh giá cao sự cần thiết của an ninh. Berg đã giải thích điều đó với tôi một lần — những kẻ nổi dậy nguy hiểm như thế nào và chúng có thể đánh cắp bí mật của chúng ta dễ dàng như thế nào. Và chúng sẽ không dừng lại đâu. Muốn một cuộc chiến tranh bán cầu khác? "

Cô nhìn anh một cách kỳ lạ, và khi cô nói thì thật nhẹ nhàng. "allen, bạn có thực sự tin điều đó?"

"chắc chắn rồi! Đó là điều hiển nhiên, phải không? Đất nước chúng ta đang duy trì hòa bình của hệ mặt trời - một khi chúng ta thả dây cương, tất cả địa ngục sẽ chạy trốn khỏi chúng ta."

"Có gì sai khi thành lập một liên đoàn các quốc gia trên toàn thế giới? Hầu hết các quốc gia khác đều sẵn lòng."

"nhưng điều đó - nó không thực tế!"

"làm sao bạn biết được? Nó chưa bao giờ được thử."

"Dù sao đi nữa, chúng tôi không thể quyết định chính sách. Điều đó không dành cho chúng tôi."

"các quốc gia thống nhất là một quốc gia dân chủ - nhớ không?"

"nhưng—" lancaster nhìn đi chỗ khác. Trong giây lát anh đứng không nói nên lời, cô nhìn anh với đôi mắt nghiêm nghị và không nói gì. Sau đó, không thực sự biết tại sao mình lại làm vậy, anh ta ngẩng cao đầu thách thức. "được rồi! Chúng ta sẽ tiếp tục — và nếu berg gửi tất cả chúng ta đến trại, đừng trách tôi."

"Anh ấy sẽ không." cô cười và vỗ vai anh. "bạn biết đấy, allen, có những lúc tôi nghĩ rốt cuộc bạn cũng là con người."

"cảm ơn," anh cười nhăn nhở. "thế còn - uh - bây giờ làm thế nào để có một - một ly bia với tôi? Để ăn mừng."

"tại sao, chắc chắn."

Họ đi xuống cửa hàng. Một thùng bia lạnh ở đó, bên trong nó được coi là một trong những nguồn cung cấp thiết yếu do jessup mang từ trái đất. Lancaster mở nắp hai chai, anh và karen ngồi xuống một chiếc ghế dài, đung đưa chân và nhìn qua những cỗ máy im lặng chờ đợi. Hầu hết các nhân viên nhà ga lúc này đã nghỉ làm, trong "đêm" tùy tiện.

Cuối cùng anh ấy cũng thở dài. "Tôi thích nó ở đây."

"Tôi rất vui vì bạn làm như vậy, allen."

"Đó là một nơi vui nhộn, nhưng tôi thích nó. Nhà ga và tất cả những cư dân kỳ quặc của nó. Họ không chính thống như ma quỷ và sẽ gặp khó khăn khi kiếm được công việc của một người bắt chó về nhà, nhưng tất cả đều rất sảng khoái." lancaster búng tay. "nói, thế là xong! Đó là lý do tại sao bạn ở đây. Chính phủ cần tài năng của bạn, và bạn không được tin tưởng lắm, vì vậy bạn bị đặt ở đây ngoài tầm với của gián điệp. Phải không?"

"bạn có phải nhìn thấy một kẻ nổi loạn với cuốn sổ trong tay dưới mỗi giường?" cô hỏi với một chút mệt mỏi. "Sửa đổi đầu tiên vẫn chưa được bãi bỏ, họ nói. Về mặt lý thuyết, tất cả chúng ta đều có quyền đưa ra ý kiến của riêng mình."

"Được rồi, được rồi, tôi sẽ không tranh luận về chính trị. Hãy kể cho tôi nghe về một số người ở đây, được không? Họ là một nhóm kỳ quặc."

"Tôi không thể nói với bạn nhiều điều, allen. Đó là nơi an ninh được áp dụng. Isaacson là một người thực dân người sao Hỏa, bạn có thể đoán điều đó rồi. Jessup đã thua trong một lần - một cuộc chiến với một số kẻ thù. Dufreres có một đứa con trai người đã thiệt mạng trong vụ việc ở Maroc. " lancaster nhớ rằng vụ đó có liên quan đến quyền lực của Mỹ được sử dụng để nghiền nát một vòng vây gián điệp của Pháp tập trung ở Bắc Phi. Chủ quyền đã bị gạt sang một bên. Nhưng chết tiệt, bạn phải bảo tồn nguyên trạng, vì sự sống còn của chính bạn nếu không có gì khác. "hwang đã phải lưu vong khi chính phủ Trung Quốc đổi chủ cách đây vài năm. I—"

"Đúng?" anh hỏi khi giọng cô nhỏ dần.

"Ồ, tôi cũng có thể nói với bạn. Chồng tôi và tôi sống ở Mỹ sau khi kết hôn. Anh ấy là một nhà công nghệ sinh học giỏi và có công việc tại một trong những công ty dược phẩm lớn. Chỉ có anh ấy - đi trại. Sau đó anh ấy chết hoặc là bắn, tôi không biết cái nào. " lời nói của cô ấy đều đều.

"Thật là xấu hổ," anh nói một cách không đầy đủ.

"phần buồn cười của nó là, anh ấy không hề tham gia vào việc phản quốc. Anh ấy khá hài lòng với mọi thứ như hiện tại - ồ, anh ấy nói một chút, nhưng mọi người cũng vậy. Tôi tưởng tượng một số đối thủ hoặc kẻ thù sẽ nhúng tay vào anh ta."

"những điều đó xảy ra," lancaster nói. "Nó quá tệ, nhưng chúng xảy ra."

"Chúng nhất định xảy ra trong tình trạng cảnh sát," cô nói. "xin lỗi. Chúng ta sẽ không tranh luận về chính trị, phải không?"

"Tôi chưa bao giờ nói thế giới là hoàn hảo, karen. Còn xa lắm. Chúng ta chỉ có lựa chọn thay thế nào thôi? Bất kỳ sự thay đổi nào cũng có thể nguy hiểm đến mức — à, con người không thể mắc sai lầm."

"không, anh ấy không thể. Nhưng tôi tự hỏi liệu anh ấy không làm một cái ngay bây giờ. Ồ, tốt. Hãy cho tôi một cốc bia khác."

Họ nói về những chủ đề thờ ơ cho đến khi karen nói rằng đó là giờ đi ngủ của cô ấy. Lancaster hộ tống cô ấy về căn hộ của mình. Cô nhìn anh tò mò khi anh nói lời chúc ngủ ngon, rồi vào trong và đóng cửa lại. Lancaster khó ngủ.

Các phương trình hiệu chỉnh đã cung cấp một lý thuyết thích hợp về siêu điện môi - một lý thuyết với những gợi ý trêu ngươi về các hiện tượng khác - và cung cấp cho nhóm nghiên cứu một ý tưởng chính xác về những gì họ muốn trong cách cấu trúc tinh thể. Trên thực tế, chất được hình thành chỉ là bán tinh thể, với các tính năng dẻo, tất cả được đan xen với một mạng lưới các nguyên tử liên kết cacbon. Bây giờ thủ thuật là sản xuất những thứ đó. Tính toán tiết lộ những yếu tố nào sẽ cần thiết, và sự sắp xếp không gian nào — chỉ làm cách nào bạn làm cho các nguyên tử giả định cấu hình cần thiết và kết nối theo đúng cách?

Lý thuyết sẽ giúp bạn chỉ cho đến nay, sau đó nó được cắt và thử. Lancaster xắn tay áo với những người còn lại và để karen tiếp quản quyền lãnh đạo — cô ấy là người thử nghiệm giỏi nhất. Anh ta đã trải qua một số tuần vinh quang và tất cả trừ giấc ngủ, dầu mỡ, bẩn thỉu, sống trong một khu rừng đầy cỏ khô với quy tắc trượt không ngừng nghỉ. Có rất nhiều thất bại, rất nhiều đau lòng và thô tục, thỉnh thoảng bị thương - nhưng họ vẫn tiếp tục, và đến đó.

Ngày đến - hay là đêm? - khi karen lấy một phiến chất sáng tối ra khỏi lò, nơi nó đã được nung già. Rakkan đã cưa nó thành nhiều đoạn để thử nghiệm. Chính lancaster đã làm việc trên các đặc tính điện.

Anh ta đặt điện áp cho đến khi máy phát điện kêu rên, và kinh ngạc nhìn hàng mét leo lên cao mà không có dấu hiệu dừng lại. Ông đã xả năng lượng tích lũy trong một ngọn lửa màu xanh lam tràn ngập phòng thí nghiệm với sấm sét và ôzôn. Ông đã kiểm tra độ trễ thời gian của một tín hiệu điện và hoang mang tự hỏi liệu nó có giống như đang ngủ trên con đường mệt mỏi của nó không.

Các báo cáo đến, những tiếng la hét phấn khích từ đầu này sang đầu kia của căn phòng dài, lộn xộn, những tiếng hò reo vui mừng và những người đàn ông đập vào lưng nhau. Đây chính là nó! Đây là kho báu ở cuối cầu vồng.

Chất và các đặc tính của nó ổn định về mặt vật lý và hóa học trong khoảng nhiệt độ hàng trăm độ. Điện áp đánh thủng lên đến hàng triệu. Điện trở cách điện tốt hơn so với những gì khoa học trái đất biết.

Hằng số điện môi có thể thay đổi theo ý muốn bởi điện trường đơn giản bình thường với gradien điện áp đặt vào — một trường có thể được tạo ra bởi một vài tế bào khô nếu cần — và nằm trong khoảng từ một trăm nghìn đến khoảng ba tỷ. Cho tất cả các mục đích thực tế, đây là chất điện môi cuối cùng.

"chúng ta làm được rồi!" Friedrichs vỗ vào lưng lancaster cho đến khi cảm thấy xương sườn nứt ra. "chúng tôi có nó!"

"khà khà!" karen hét lên.

Đột nhiên họ bắt tay lại và đang nhảy nhót xung quanh lò cảm ứng. Lancaster siết chặt các móng tay của rakkan mà không quan tâm rằng đó là một người sao Hỏa. Sau đó, họ hát, hát cho đến khi những cái đầu xuất hiện trước cửa và những chiếc cốc thủy tinh rùng mình.

Đây chúng ta đi 'vòng quanh bụi dâu,

Bụi dâu tằm, bụi dâu tằm—
Nó kêu gọi một lễ kỷ niệm. Kết thúc một dự án không có nghĩa là nộp một báo cáo cuối cùng và chờ đợi nhiệm vụ tiếp theo, nhưng họ đã chạy mọi thứ khác nhau ở đây. Ai đó đã nổ ra một trường hợp venusian aguacaliente. Ai đó khác dẫn đường đến một nhà kho, ném đồ đạc của nó vào hội trường và trang trí nó bằng băng vi tính đã qua sử dụng. Rakkan quên đi phẩm giá người sao Hỏa của mình và tìm kiếm một điệu nhảy vuông, với isaacson thực hiện cuộc gọi. Dân gian từ đầu bến bên kia tràn về cho đến nơi tràn về. Đó là một bữa tiệc.

Vài giờ sau, lancaster lờ mờ nhận ra mình nằm dài trên sàn. Đầu anh nằm trong lòng karen và cô ấy đang vuốt tóc anh. Những người sống sót khó khăn đã theo sau các dufreres trong các bài hát uống rượu của Pháp, những bài hát hay nhất trong vũ trụ được biết đến. Fiddle của rakkan len lỏi vào và ra, một phần đệm đáng yêu cho những giọng hát chưa qua đào tạo nhưng trở nên phong phú và sống động nhờ chiến thắng.

"sur ma Tomb 'je veux qu'on inscrive:
'Ici-git le roi des buveurs.'
Sur ma Tomb 'je veux qu'on inscrive:
'Ici-git le roi des buveurs.
Ici-git, oui, oui, oui,
Ici-git, non, non, non— '"
Lancaster biết rằng anh chưa bao giờ thực sự hạnh phúc trước đây.

Berg xuất hiện vài ngày sau, trông có vẻ lo lắng. Thời gian nghỉ của lancaster đã gần hết. Khi biết tin, anh ta híp mắt mừng rỡ và bơm tay cho nhà vật lý. "làm tốt lắm, cậu bé!"

"vẫn còn nhiều thứ cần dọn dẹp," lancaster nói, "nhưng đó là tất cả chi tiết. Ai cũng có thể làm được."

"và vật liệu — bạn gọi nó là gì?"

Karen cười toe toét. "cho đến nay, chúng tôi chỉ đặt tên cho nó là ffuts," cô nói. "đó là 'thứ' bị đánh vần ngược."

"okay, okay. Nó dễ sản xuất?"

"chắc chắn rồi. Bây giờ chúng ta biết cách, bất kỳ ai cũng có thể chế tạo nó tại nhà riêng của mình — nếu anh ta có thể cùng nhau mày mò thiết bị."

"tốt, tốt! Chỉ cần những gì cần thiết. Đây là vé." berg quay lại lancaster. "Được rồi, cậu bé, cậu có thể đóng gói ngay bây giờ. Chúng ta sẽ lại nổ trong vài giờ nữa."

Nhà vật lý lê chân. "cơ hội để tôi được tái chỉ định trở lại đây là gì?" anh ấy hỏi. "Tôi đã vô cùng thích nó. Và bây giờ dù sao thì tôi cũng biết về nó—"

"Tôi sẽ thấy. Tôi sẽ thấy. Nhưng hãy nhớ, đây là điều tối mật. Bạn quay trở lại công việc bình thường của mình và không nói một lời về điều này với bất kỳ ai ít hơn chủ tịch - không có vấn đề gì xảy ra, hiểu không?"

"tất nhiên," lancaster cáu kỉnh cáu kỉnh. "Tôi biết nhiệm vụ của mình."

"vâng, vậy là bạn làm." berg thở dài. "bạn cũng vậy."

Việc nghỉ việc là khó khăn cho tất cả những người có liên quan họ đã trở nên thích người đàn ông trầm lặng, nhút nhát — và về phần anh ta, anh ta tự hỏi làm thế nào anh ta sẽ hòa hợp với những người bình thường. Đây là loại của anh ấy. Karen đã khóc công khai và hôn tạm biệt anh ấy với một sự nhiệt thành ám ảnh những giấc mơ của anh ấy sau đó. Rồi cô thất thểu quay về chỗ ở của mình. Ngay cả berg cũng trông có vẻ buồn tẻ.

Tuy nhiên, anh ta lấy lại sự tự mãn của mình trong chuyến đi về nhà, và khăng khăng nói chuyện suốt chặng đường. Lancaster, người muốn ở một mình với những suy nghĩ của mình, đã rất khó chịu, nhưng bạn không xúc phạm nhân viên an ninh.

"bạn hiểu tầm quan trọng của toàn bộ công việc kinh doanh này, và tại sao nó phải được bí mật?" berg cằn nhằn. "Tôi không nghĩ đến các ứng dụng khoa học và công nghiệp, mà là các ứng dụng quân sự."

"ồ, chắc chắn rồi. Bạn có thể chế tạo máy bay ném sét nếu bạn muốn. Và bạn đã khắc phục được vấn đề nhiên liệu. Với một vài bộ tích điện, được sạc từ bất kỳ nguồn điện tiện dụng nào, bạn có thể chế tạo các phương tiện quân sự không dùng nhiên liệu, điều này sẽ giúp đơn giản hóa công việc hậu cần của bạn rất nhiều . Và một số súng cầm tay thực sự chết người có thể được chế tạo — gần như tương đương với súng thần công. " giọng nói của lancaster đã chết. "Vậy thì sao?"

"rất nhiều! Đó chỉ là một vài ứng dụng. Nếu bạn sử dụng trí tưởng tượng của mình, bạn có thể nghĩ ra hàng tá ứng dụng khác. Và điểm mấu chốt là — các thiết bị gia dụng và tiện ích thiết yếu sử dụng nó rất rẻ, số lượng lớn, dễ xử lý — Vũ khí hoàn hảo cho người lính công dân. Hay cho kẻ nổi loạn! Tự nó không đủ để quyết định kết quả của một cuộc chiến, nhưng nó rất có thể là yếu tố bổ sung sẽ thúc đẩy cán cân quân sự chống lại chính phủ. Và tôi đã thảo luận về điều đó có nghĩa là gì. "

"vâng, tôi nhớ. Đó là bộ phận của bạn, không phải của tôi. Hãy để tôi quên nó đi."

"Bạn tốt hơn," berg nói.

Trong tháng sau khi trở về, lancaster vẫn sống như bình thường. Anh ấy đã bị la mắng một vài lần vì sự lơ đãng ngày càng tăng và sự thiếu nhiệt tình trong dự án, nhưng điều đó không quá nghiêm trọng. Anh ấy trở thành một người hướng nội hơn bao giờ hết. Gặp một số khó khăn trong việc đi vào giấc ngủ, anh ấy đã dùng đến chất béo và sau đó, trong một phản ứng man rợ, anh ấy dùng chất kích thích. Nhưng bề ngoài có rất ít cho thấy sự xáo trộn bên trong anh ta.

Anh không biết phải nghĩ gì. Ông luôn là một công dân trung thành - không phải là một kẻ cuồng tín, mà là trung thành - và không dễ để ông đặt câu hỏi về những giả định cơ bản của chính mình. Nhưng anh ta đã trải qua một điều gì đó hoàn toàn xa lạ với những gì anh ta coi là bình thường, và anh ta nhận thấy điều kỳ lạ đó thuần túy hơn — con người hơn về mọi mặt — hơn bình thường. Anh ta đã hít thở một bầu không khí khác, và dường như đối với anh ta rằng không khí của trái đất đã bị ô nhiễm. Anh ta đọc lại truyện ngoại đạo của kipling với một sự hiểu biết mới, và bắt đầu tìm kiếm những triết lý bị bỏ quên. Anh ấy đã nghiên cứu tin tức một cách chi tiết, và con mắt phê bình của anh ấy nhanh chóng trở nên vàng vọt - bài xã luận này hay câu chuyện nổi bật đó có nội dung ngữ nghĩa nào cả, hay đó chỉ là một nhịp tom-tom của các hàm ý được tải lên? Chính những tuyên bố về thực tế vẫn bị nghi ngờ — chúng nên được kiểm tra đối với các tài khoản khác, hoặc tốt hơn là chống lại sự quan sát trực tiếp; nhưng các tài khoản khác đã bị cấm và không có cơ hội để xem cho chính mình.

Anh cẩn thận đọc những cuốn sách nhỏ đầy quyến rũ, nghe một số chương trình phát sóng ngầm, và cố gắng nghe vụng về những người quen của anh mà anh nghi ngờ có những suy nghĩ nổi loạn. Tất cả phải được thực hiện rất thận trọng, đôi khi có những khoảnh khắc ác mộng khi anh nghĩ rằng mình đang bị theo dõi; và có đúng không khi một người đàn ông nên sợ nghe một ý kiến trái chiều?

Ông tự hỏi con trai mình đang làm gì. Ông chợt nhận ra rằng nền giáo dục hiện đại phần lớn tồn tại để nuôi dưỡng tư tưởng độc lập.

Đồng thời, anh không thể vứt bỏ niềm tin của cả cuộc đời mình. Quyến rũ là quyến rũ và phản quốc là phản quốc — bạn không thể trốn tránh sự thật đó. Không còn chiến tranh nữa — nhiều cuộc đụng độ nhỏ, nhưng không có chiến tranh thực sự. Có một nền kinh tế ổn định, và không ai thiếu những thứ cần thiết. Trạng thái phổ quát có thể là một giải pháp tồi cho những vấn đề của thời kỳ đầy rắc rối, nhưng nó vẫn là một giải pháp. Thay đổi sẽ nguy hiểm không thể tưởng tượng được.

Nguy hiểm cho ai? Cho các thế lực cố thủ và chó rừng của chúng. Nhưng các dân tộc bị áp bức trên trái đất không có gì để mất, thực sự, ngoại trừ mạng sống của họ, và nhiều người trong số họ dường như khá sẵn sàng hy sinh những thứ đó. Quyền của con người chỉ dừng lại ở cái bụng đầy đặn, hay còn hơn thế nữa?

Anh ta cố gắng ẩn náu trong sự hoài nghi. Sau tất cả, anh ấy đã khá giả. Anh ta là một con chó rừng thành công. Nhưng điều đó cũng không hoạt động. Ông ấy yêu cầu một triết lý cơ bản hơn.

Một điều đã kìm hãm anh ta là ý nghĩ rằng nếu anh ta trở thành một kẻ nổi loạn, anh ta sẽ đọ sức với bạn bè của mình - không chỉ những người ở trái đất, mà cả phi hành đoàn vui vẻ kỳ lạ ngoài không gian. Anh ta không thể nhìn thấy chiến đấu chống lại họ.

Sau đó, có một cân nhắc rất thực tế rằng anh ta không có ý tưởng mờ nhạt nhất về cách liên lạc với thế giới ngầm ngay cả khi anh ta muốn. Và anh ta sẽ biến thành một kẻ âm mưu tội nghiệp.

Anh ấy vẫn còn trong vòng xoáy không vui và chưa quyết định khi các màn hình đến cho anh ấy.

Họ gõ cửa lúc nửa đêm, như phong tục của họ, và anh cảm thấy vô cùng hoảng sợ đến nỗi anh không thể băng qua căn hộ để cho họ vào. Bốn người đàn ông vạm vỡ dao động trước mắt anh, và có một tiếng gầm rú và một bóng tối trong đầu anh ta. Họ bắt anh ta mà không theo nghi thức vì nghi ngờ phản quốc, có nghĩa là không áp dụng quyền xét xử của habeas và thậm chí cả quyền xét xử. Hai người trong số họ hộ tống anh ta lên một chiếc xe hơi, hai người còn lại ở lại để khám xét nơi ở của anh ta.

Tại trụ sở chính, anh ta bị đưa vào xà lim và bị hầm trong vài giờ. Sau đó một cặp người đàn ông trong sắc phục của cảnh sát liên bang dẫn anh ta đến một phòng thẩm vấn. Anh ta được đưa cho một chiếc ghế và một người đàn ông tươi cười, giọng nói nhẹ nhàng - gần như là một người cha, với đôi má bầu bĩnh và mái tóc bạc trắng - mời anh ta một điếu thuốc và bắt đầu nói chuyện với anh ta.

"Cứ thư giãn đi, bác sĩ lancaster. Đây là một thói quen khá thường xuyên. Nếu bạn không có gì phải che giấu thì bạn không có gì phải sợ. Chỉ cần nói sự thật."

"tất nhiên." đó là một lời thì thầm khô khan.

"Ồ, bạn khát. Rất xin lỗi. Alec, lấy cho bác sĩ lancaster một cốc nước được không? Và nhân tiện, tôi tên là harris. Hãy gọi đây là một hội nghị thân thiện, hả?"

Lancaster uống một cách say sưa. Cách của harris đã giải giáp, và nhà vật lý cảm thấy thoải mái hơn. Đây là — tốt, đó chỉ là một sai lầm. Hoặc có thể là một kiểm tra tại chỗ đơn giản. Không có gì phải sợ. Anh ta sẽ không bị đưa đến trại — không phải anh ta. Những điều như vậy đã xảy ra với những người khác, không phải với allen lancaster.

"bạn đã được chủng ngừa chống lại neoscop?" harris hỏi.

"vâng. Đó là thông lệ đối với cấp bậc của tôi trở lên, bạn biết đấy. Phòng trường hợp chúng ta có thể bị bắt cóc - nhưng tại sao tôi lại nói với bạn điều này?" lancaster cố gắng mỉm cười. Mặt anh ấy cảm thấy cứng đờ.

"hm. Vâng. Quá tệ."

"tất nhiên, tôi không phản đối việc bạn sử dụng máy phát hiện nói dối với tôi."

"được rôi được rôi." harris cười rạng rỡ và ra hiệu cho một trong những cảnh sát vô cảm. Một cái bàn được xoay ra, mang cây đàn. "Tôi rất vui vì bạn rất hợp tác, bác sĩ lancaster. Bạn không biết nó đã cứu tôi bao nhiêu rắc rối — còn bạn."

Họ đã chạy một số câu hỏi hiệu chỉnh vô hại. Rồi harris nói, vẫn mỉm cười, "và bây giờ hãy nói cho tôi biết, bác sĩ lancaster. Bạn thực sự đã ở đâu vào mùa hè này?"

Lancaster cảm thấy tim mình như thắt lại trong cổ họng, và bất ngờ biết rằng các mặt số đang ghi lại phản ứng của anh ta. "tại sao - tôi đã đi nghỉ," anh lắp bắp. "tôi đã ở phía tây nam—"

"mmmm — máy không hoàn toàn đồng ý với bạn." harris vẫn vui vẻ một cách ẩn ý.

"nhưng đó là sự thật! Bạn có thể kiểm tra lại và—"

"Có những thứ như là đôi, bạn biết đấy. Đến, đến, bây giờ, đừng lãng phí cả đêm. Cả hai chúng ta còn nhiều việc khác phải làm."

"tôi — nhìn này." lancaster nuốt nước bọt vào cơn hoảng loạn và cố gắng nói một cách bình tĩnh. "giả sử tôi đang nói dối. Máy sẽ nói với bạn rằng tôi không làm như vậy vì không trung thành. Có những điều tôi không thể nói với bất kỳ ai nếu không có giấy tờ chứng minh. Giống như nếu bạn hỏi tôi về công việc của tôi trong dự án — tôi không thể cho bạn biết điều đó. Tại sao bạn không kiểm tra thông qua các kênh bảo mật thông thường? Có một người đàn ông tên là berg — ít nhất anh ta cũng tự gọi mình như vậy. Bạn sẽ thấy rằng tất cả đều hoàn toàn ổn về bảo mật. "

"Bạn có thể nói với tôi bất cứ điều gì," harris nhẹ nhàng nói.

"Tôi không thể nói với bạn điều này. Không ai thiếu tổng thống." lancaster bắt chính mình. "tất nhiên, đó là giả định rằng tôi đã thực sự dành cả mùa hè cho một thứ gì đó khác ngoài kỳ nghỉ của mình. Nhưng—"

Harris thở dài. "Tôi sợ điều này. Tôi xin lỗi, lancaster." ông gật đầu với cảnh sát của mình. "tiếp tục đi, các bạn."

Lancaster cứ trượt dài trong vô thức. Họ khiến anh ta sống lại bằng cách tiêm thuốc kích thích và tát mạnh và tiếp tục làm việc với anh ta. Bây giờ và sau đó họ sẽ bỏ cuộc và khuôn mặt của harris sẽ bơi ra khỏi làn khói đau đớn, mỉm cười, thân thiện, thông cảm, mời anh ta một làn khói hoặc một ngụm rượu whisky. Lancaster thổn thức và muốn hơn bất cứ điều gì khác trên thế giới này làm theo lời người đàn ông tốt bụng đó yêu cầu. Nhưng anh không dám. Ông biết chuyện gì đã xảy ra với những kẻ tiết lộ bí mật quốc gia.

Cuối cùng anh ta bị ném trở lại phòng giam của mình và để lại cho chính mình. Khi anh ấy hồi phục sau cơn ngất - đó là một quá trình rất chậm - anh ấy không biết đã trôi qua bao nhiêu giờ hay ngày. Có một vòi nước trong phòng và anh ta uống một cách khát khao, nôn ra chất lỏng một lần nữa, và ngồi ôm đầu.

Cho đến nay, anh bàng hoàng nghĩ, họ đã không làm quá nhiều với anh. Anh ta bị ngắn vài chiếc răng, và có một số ngón tay và ngón chân bị gãy, và có thể là một quả thận nổi. Những vết bầm tím, vết rách và vết bỏng khác sẽ lành lại nếu họ có cơ hội.

Chỉ có họ không.

Anh mơ hồ tự hỏi làm thế nào mà an ninh lại vào được đường đi của anh. Biện pháp phòng ngừa của berg đã rất kỹ lưỡng. Rõ ràng, kỹ lưỡng đến mức harris không thể tìm thấy dấu vết nào về những gì đã thực sự xảy ra vào mùa hè năm đó, và chỉ đang bị nghi ngờ. Nhưng điều gì đã khiến anh ta nghi ngờ ngay từ đầu? Một lời khuyên ẩn danh — từ ai? Có thể một số kẻ thù, một số đối thủ trong dự án, đã chọn cách này để loại bỏ trưởng ngành của mình.

Cuối cùng, lancaster mệt mỏi nghĩ, anh ta sẽ kể. Tại sao không làm điều đó ngay bây giờ? Thì - có lẽ - anh ta sẽ chỉ bị bắn vì phản bội lòng tin của berg. Đó sẽ là lối thoát dễ dàng.

Không. Anh ấy sẽ tiếp tục được một lúc. Luôn luôn có một cơ hội mờ nhạt.

Cửa phòng giam của anh ta mở ra và có hai lính canh bước vào. Anh ta đã không hề nao núng trước họ, nhưng anh ta phải được hỗ trợ trên đường đến phòng thẩm vấn.

Harris ngồi đó, vẫn cười. "Làm thế nào để bạn làm, bác sĩ lancaster," anh ta nói một cách lịch sự.

"không tốt lắm, cám ơn." nụ cười làm tổn thương khuôn mặt của anh ta.

"Tôi rất tiếc khi nghe điều đó. Nhưng thực sự, đó là lỗi của chính bạn. Bạn biết điều đó."

"Tôi không thể nói với bạn bất cứ điều gì," lancaster nói. "Tôi đang phải tuyên thệ an ninh. Tôi không thể nói điều này với bất kỳ ai bên dưới tổng thống."

Harris có vẻ khó chịu. "bạn không nghĩ rằng tổng thống có những điều tốt hơn để làm hơn là chạy đến với mọi kẻ thù của nhà nước đang đuổi theo ông ta?"

"Có một số sai lầm, tôi nói với bạn," lancaster cầu xin.

"Tôi sẽ nói rằng có. Và bạn là người đã tạo ra nó. Hãy tiếp tục đi, các chàng trai." harris chọn một cuốn tạp chí và bắt đầu đọc.

Sau một lúc, lancaster tập trung tâm trí vào karen marek và giữ nó ở đó. Điều đó đã giúp anh ấy đứng lên. Nếu họ biết, ở ngoài nhà ga, chuyện gì đang xảy ra với anh ta, họ — tốt, họ sẽ không quên anh ta, cố gắng giả vờ như họ chưa bao giờ biết anh ta, như những người sợ hãi nhỏ bé trên trái đất đã làm. Họ sẽ lên tiếng và cố gắng hết sức để cứu bạn mình.

Những cú đánh dường như đến từ rất xa. Họ đã không làm những việc như thế này trong nhà ga. Lancaster nhận ra sự thật ngay lúc đó, nhưng không có gì ngạc nhiên. Điều tự nhiên nhất trên thế giới. Và bây giờ, tất nhiên, anh ấy sẽ không bao giờ nói chuyện.

Có lẽ.

Khi anh tỉnh dậy, có một người đàn ông trước mặt anh. Khuôn mặt mờ đi, dường như phát triển đến kích thước khủng khiếp và sau đó di chuyển ra khoảng cách vô tận. Giọng nói của harris có một gợn sóng, dao động lên xuống, lên xuống.

"Được rồi, lancaster, đây là tổng thống. Vì bạn đã nhấn mạnh, anh ấy đây."

"Tiến lên, người Mỹ," người đàn ông nói. "nói cho tôi biết. Đó là nhiệm vụ của bạn."

"không," lancaster nói.

"nhưng tôi là chủ tịch. Bạn muốn gặp tôi."

"rất có thể là một cú đúp. Chứng minh danh tính của bạn."

Người đàn ông trông giống như tổng thống thở dài và quay đi.

Lancaster tỉnh dậy một lần nữa nằm trên cũi. Anh ta hẳn đã bị đánh thức bởi một chất kích thích, vì một thân hình mặc áo trắng đang ở bên cạnh anh ta, đang cầm một ống tiêm thuốc tiêm dưới da. Harris cũng ở đó, trông có vẻ bực tức.

"bạn có thể nói chuyện?" anh ấy hỏi.

"tôi đồng ý." Giọng của lancaster là một giọng khàn khàn. Anh di chuyển đầu, cảm thấy nhức nhối.

"nhìn đây, anh bạn," harris nói. "Từ trước đến nay chúng tôi khá dễ dãi với bạn. Không có chuyện gì xảy ra với bạn mà không thể vá lại được. Nhưng chúng tôi đang trở nên mất kiên nhẫn. Rõ ràng là bạn là kẻ phản bội và đang che giấu điều gì đó."

Vâng, vâng, lancaster nghĩ, theo một định nghĩa thì anh ta là một kẻ phản bội. Đối với anh ta dường như chỉ có một người đàn ông có quyền lựa chọn lòng trung thành của mình. Đã trải qua những gì tình trạng cảnh sát có nghĩa là, anh ta sẽ không thành thật với bản thân nếu anh ta nhượng bộ nó.

"Nếu bạn không trả lời câu hỏi của tôi trong phiên tiếp theo," harris nói, "chúng ta sẽ phải bắt đầu trở nên thực sự khó khăn."

Lancaster vẫn im lặng. Nó là quá nhiều nỗ lực để cố gắng nói.

"Đừng nghĩ rằng bạn đang là anh hùng," harris nói. "Không có gì đẹp đẽ hoặc thậm chí rất con người về một người đàn ông đang bị thẩm vấn. Bạn đã hét to như bất kỳ ai."

Lancaster nhìn đi chỗ khác.

Anh nghe thấy giọng nói của bác sĩ. "Tôi khuyên anh ấy nên nghỉ ngơi vài ngày trước khi bắt đầu lại, thưa ngài."

"bạn là người mới ở đây, phải không?" harris hỏi.

"Vâng, thưa ngài. Tôi chỉ được giao nhiệm vụ này vài tuần trước."

"Chà, chúng tôi không đeo găng tay trẻ con cho những kẻ phản bội."

"Ý tôi không phải vậy, thưa ngài," bác sĩ nói. "Có những giới hạn đối với nỗi đau mà việc điều trị tiếp theo chỉ đơn giản là không đăng ký. Ngoài ra, tôi hơi nghi ngờ về trái tim của người đàn ông này. Nó có tiếng thì thầm, và câu hỏi đặt ra một căng thẳng lớn cho nó. Bạn sẽ không muốn anh ta chết trên tay ông, phải không, thưa ông? "

"mmmm — không. Bạn khuyên gì?"

"chỉ vài ngày trong bệnh viện, điều trị và nghỉ ngơi. Nó cũng sẽ ảnh hưởng đến tâm lý khi anh ấy nghĩ về những gì đang chờ đợi anh ấy."

Harris xem xét một lúc. "được rồi. Dù sao thì tôi cũng có đủ việc khác để làm."

"rất tốt, thưa ngài. Ngài sẽ không hối tiếc về điều này."

Lancaster nghe thấy tiếng bước chân lui vào im lặng. Hiện tại bác sĩ đã đến đứng đối diện với anh ta. Anh ta là một người đàn ông tóc ngắn, xoăn, ngoại hình không có gì nổi bật. Trong một lúc họ khóa mắt, rồi lancaster nhắm mắt lại. Anh ấy muốn nói với bác sĩ để biến đi, nhưng nó không đáng để rắc rối.

Sau đó anh ta được đưa lên cáng và mang theo vô tận phòng giam này đến phòng giam khác. Bằng cách nào đó, cái này có một cái nhìn của bệnh viện về nó, và không khí đặc quánh với mùi thuốc sát trùng. Bác sĩ đến khi anh được lắp vào giường và nắm lấy cánh tay anh và luồn một cây kim vào đó. "thời gian buồn ngủ," anh nói.

Lancaster lại trôi đi.

Khi tỉnh dậy, anh cảm thấy bóng tối và chuyển động. Anh nhìn quanh, tự hỏi liệu mình có bị mù không, và hơi thở rên rỉ giữa đôi môi thâm tím của anh. Một bàn tay đặt lên vai anh và một giọng nói vang lên từ làn da đen.

"Không sao đâu, bạn. Bình tĩnh. Sẽ không có câu hỏi nào nữa."

Đó là giọng nói của bác sĩ, và bác sĩ trông chẳng có gì giống charon cả, nhưng lancaster vẫn tự hỏi liệu anh ta có phải đang bị đưa qua sông tử thần hay không. Có tiếng đập mạnh về anh ta, và anh ta nghe thấy tiếng gió nhẹ. "chúng ta đang đi đâu vậy?" anh lầm bầm.

"đi. Bây giờ bạn đang ở trong tình trạng khó khăn. Chỉ cần từ từ."

Lancaster ngủ thiếp đi một lúc sau.

Xa hơn là một giai đoạn mê man, bối rối, nơi anh ta chỉ lờ mờ nhận thức được việc di chuyển và cố gắng nói chuyện. Những cái bóng trôi qua tầm nhìn của anh, những cái bóng nói với anh điều gì đó mà anh không thể nắm bắt được. Anh ngoan ngoãn làm theo đủ rồi. Cuối cùng thì sự rõ ràng cũng đến, và anh ta đang nằm trên giường nhìn lên trần nhà bằng kim loại. Nhịp đập rùng mình của tên lửa run rẩy trong cơ thể anh. Một tàu vũ trụ?

Một tàu vũ trụ!

Anh ngồi dậy, tim đập thình thịch, và hoang mang nhìn xung quanh. "Chào!" anh ấy đã khóc.

Hình bóng nhớ của berg bước qua cửa. "hullo, allen," anh ta nói. "bạn cảm thấy thế nào?"

"Tôi - bạn—" lancaster yếu ớt ngã xuống gối. Anh ta dần nhận ra rằng mình đã được băng bó, nẹp và nẹp kỹ lưỡng, và không còn đau đớn nữa. Không nhiều, dù sao.

"Tôi cảm thấy ổn," anh nói.

"tốt, tốt. Bác sĩ nói rằng bạn sẽ ổn." berg ngồi xuống mép giường. "Tôi không thể ở đây lâu, nhưng chết tiệt với nó. Chúng tôi sẽ sớm có mặt tại nhà ga. Bạn xứng đáng được biết một số điều, chẳng hạn như bạn đã được giải cứu."

"Ồ, đó là điều hiển nhiên," lancaster nói.

"bởi chúng tôi. Những kẻ nổi loạn. Những nhân vật dưới lòng đất. Những kẻ lật đổ."

"đó cũng là điều hiển nhiên. Và cảm ơn -" từ ngữ không thích hợp đến mức lancaster phải bật cười.

"Tôi cho rằng bạn đã đoán gần hết rồi," berg nói. "chúng tôi cần một nhà khoa học tầm cỡ của bạn cho dự án của chúng tôi. Một thứ mà chúng tôi đang rất thiếu là nhân viên kỹ thuật, vì nền giáo dục thực sự duy nhất trong những ngành như vậy phải có trên trái đất và hầu hết sinh viên tốt nghiệp đều tìm được bến đỗ thoải mái trong xã hội hiện tại. Như chẳng hạn như bạn. Vì vậy, chúng tôi đã chơi một trò lừa với bạn. Chúng tôi đã sử dụng một phần của tổ chức của mình — vâng, chúng tôi có một tổ chức lớn, nó cũng khá thông minh và mạnh mẽ — để thuyết phục bạn rằng đây là công việc của chính phủ cần giữ bí mật hàng đầu. Khốn nạn hơn mọi thứ có thể được thực hiện nhân danh bảo mật - "berg tặc lưỡi. "Tất nhiên, tất cả những người bạn thấy ở nhà ga đều ít nhiều đóng kịch. Tất cả mọi thứ đều được dựng lên để đánh lừa bạn. Chúng tôi có thể đã không thoát khỏi nó nếu chúng tôi sử dụng một số người khác, khôn ngoan hơn về những thứ như vậy , nhưng chúng tôi đã nghiên cứu về bạn và biết bạn vì một anh chàng dễ mến, không xấu xa, quá quấn lấy công việc của riêng bạn đến nỗi có mùi phù thủy. "

"Tôi đoán chừng đó," lancaster thừa nhận. "sau khi tôi ở trong xà lim một thời gian. Cách sống và suy nghĩ của bạn rất khác so với bất cứ điều gì như—"

"vâng. Tôi xin lỗi vì điều đó, allen. Chúng tôi đã nghĩ rằng bạn có thể quay trở lại cuộc sống bình thường, nhưng bằng cách nào đó — thông qua một trong những tai nạn hoặc tệ nạn đó không thể tránh khỏi trong tình trạng mà mọi người đàn ông đều theo dõi hàng xóm của mình — bạn đã bị bắt vào . Chúng tôi đã biết điều đó ngay lập tức — vâng, chúng tôi thậm chí đã thâm nhập vào cảnh sát mật — và quyết định làm điều gì đó để giải quyết vấn đề này. Ngoài nguy cơ bạn phản bội những gì bạn biết — chúng tôi có thể loại bỏ điều đó bằng cách âm thầm giết bạn — ở đó thực tế là chúng tôi đã đưa bạn vào vấn đề này và nợ bạn một điều gì đó. Chúng tôi đã tìm cách đưa bác sĩ pappas chuyển đến trại giam nơi bạn đang bị giam giữ. Anh ta đánh thuốc mê bạn, tạo ra một hình hài giống như xác chết và đưa bạn ra ngoài đơn giản là một người khác đã chết khi bị thẩm vấn. Tôi đã sử dụng giấy tờ an ninh của mình để đưa thi thể đi khám nghiệm tử thi đặc biệt thay vì hỏa táng ngay lập tức thông thường. Sau đó, chúng tôi chỉ cần lái xe cho đến khi đến địa điểm mà chúng tôi đã sắp xếp để sẵn sàng, và bạn đã bay lên tàu vũ trụ của chúng tôi và bây giờ bạn đang trên đường trở về đến nhà ga. Bạn đã bị giữ lại bằng ma túy hầu hết cách để giúp bạn nghỉ ngơi — họ đã đánh bạn khá nhiều trong phòng điều tra. Nên— "berg nhún vai." Tất nhiên pappas không thể quay trở lại trái đất bây giờ, nhưng chúng ta luôn có thể sử dụng một bác sĩ trong không gian, và rất đáng để giải cứu bạn. "

"Tôi rất vinh dự," lancaster nói.

"Tuy nhiên, tôi vẫn cảm thấy như chết điếng về những gì đã xảy ra với bạn."

"Không sao đâu. Tôi không thể nói là tôi thích nó, nhưng bây giờ tôi đã học được một số sự thật khó khăn - ồ, hãy quên bản chất đau đớn của bài học đi. Tôi sẽ ổn thôi. Và tôi sẽ về nhà! "

Jessup đã hỗ trợ lancaster khi họ vào trạm vũ trụ. Phi hành đoàn cũ của anh ta đã ở đó chờ đợi để chào đón anh ta. Họ đều vô cùng hài lòng khi có anh ấy trở lại, mặc dù karen khóc lóc thảm thiết trên vai anh ấy.

"Không sao đâu," anh nói với cô. "Tôi không có thân hình xấu như vẻ ngoài của tôi. Thành thật mà nói, karen, tôi ổn. Và bây giờ tôi đã trở lại, và biết nơi tôi thực sự thuộc về - chết tiệt, nhưng nó đáng giá!"

Cô nhìn anh với đôi mắt xám xịt như một buổi bình minh mưa. "và bạn đang ở với chúng tôi?" cô thì thầm. "bạn là một trong số chúng tôi? Ý muốn của riêng bạn?"

"tất nhiên là có. Hãy cho tôi một hoặc hai tuần để nghỉ ngơi, và tôi sẽ trở lại phòng thí nghiệm để quản lý tất cả các bạn như một người bình thường. Địa ngục, chúng ta chỉ mới bắt đầu về siêu điện môi đó. Và có một rất nhiều thứ khác mà tôi cũng muốn thử. "

"Nó có nghĩa là lưu vong," cô nói. "không còn bầu trời xanh và thung lũng xanh và gió đại dương. Không còn quay trở lại trái đất."

"Chà, có những hành tinh khác, phải không? Và chúng ta sẽ quay trở lại trái đất trong thập kỷ tới, tôi cá là. Quay trở lại để bắt đầu một cuộc cách mạng Mỹ mới và viết dự luật về quyền trên bầu trời cho tất cả mọi người xem. " lancaster bẽn lẽn cười toe toét. "Tôi không giỏi diễn thuyết, và tôi chắc chắn không thích nghe chúng. Nhưng tôi đã biết được sự thật và tôi muốn nói ra. Quyền được tự do của con người là quyền cơ bản nhất anh ta có, và khi anh ta từ bỏ điều đó, anh ta cũng kết thúc bằng cách đầu hàng mọi thứ khác. Các bạn đang chiến đấu để mang lại sự trung thực, tự do và khả năng tiến bộ. Tôi hy vọng không ai ở đây là một kẻ cuồng tín, bởi vì sự cuồng tín chính là thứ chúng ta đang chiến đấu chống lại. Tôi nói chúng tôi, bởi vì từ bây giờ tôi là một trong các bạn. Nghĩa là, nếu bạn chắc chắn bạn muốn tôi. "

Anh dừng lại, vụng về. "được rồi. Bài phát biểu đã kết thúc."

Karen thở một hơi rùng mình và mỉm cười với anh. "và mọi thứ khác chỉ mới bắt đầu, allen," cô nói. Anh gật đầu, cảm thấy quá nhiều lời.

"lên giường với bạn," pappas ra lệnh.

Jessup dẫn đầu lancaster ra đi, và từng người một quay trở lại công việc của mình. Cuối cùng chỉ có karen và berg đứng bên cửa gió.

"Em hãy giữ cái miệng xinh đẹp của mình lại, em yêu," người đàn ông nói.

"Ừ chắc chắn rồi." karen thở dài bất mãn. "Tôi ước tôi chưa bao giờ biết được kế hoạch của bạn. Khi bạn giải thích nó với tôi, tôi muốn bắn bạn."

"bạn đã nhấn mạnh vào một lời giải thích," berg nói một cách bảo vệ. "Khi Allen dự định quay trở lại trái đất, bạn muốn chúng tôi cho anh ấy biết chúng tôi là ai và giữ anh ấy lại. Nhưng nó không hiệu quả. Tôi đã nghiên cứu hồ sơ của anh ấy, và anh ấy không phải loại đàn ông trung thành như vậy một cách dễ dàng. Nếu chúng tôi muốn có anh ấy, nó chỉ có thể là với sự đồng ý hoàn toàn của anh ấy. Và bây giờ chúng tôi đã có anh ấy. "

"Đó vẫn là một thủ thuật tệ hại," cô nói.

"tất nhiên là có. Nhưng chúng tôi không có lựa chọn nào khác. Chúng tôi phải có một nhà vật lý hạng nhất."

"bạn biết đấy," cô ấy nói, "bạn là một con chuột từ đường trở lại."

"đó là tôi. Và nói chung, tôi thích nó." berg nhăn mặt. "Mặc dù tôi phải thừa nhận rằng công việc này để lại một hương vị tồi tệ trong miệng tôi. Tôi thích allen. Đó là điều khó khăn nhất tôi từng làm, lật tẩy cảnh sát liên bang về anh ấy."

Anh quay gót bước đi, cười nhạt.

www.ingramcontent.com/pod-product-compliance
Ingram Content Group UK Ltd.
Pitfield, Milton Keynes, MK11 3LW, UK
UKHW020137250726
13967UKWH00002B/710

9 781034 362593